தேவதைகளால் தேடப்படுபவன்

தமிழக அரசின் 2016ஆம் ஆண்டுக்கான
சிறந்த கவிதை நூல் விருது பெற்றது.

தங்கம் மூர்த்தி

டிஸ்கவரி பப்ளிகேஷன்ஸ்
எண்: 9, பிளாட் எண்: 1080A, ரோஹிணி பிளாட்ஸ்
முனுசாமி சாலை, கே.கே.நகர் மேற்கு,
சென்னை - 600 078. பேச: 99404 46650

வெளியீட்டு எண்: 0271

தேவதைகளால் தேடப்படுபவன் (கவிதைகள்)
ஆசிரியர்: தங்கம் மூர்த்தி©

Devathaigalaal Thedappadubavan (poems)
Author: Thangam Moorthy©
Print in India

1st Edition : Dec - 2016
3rd Edition : July - 2023
ISBN No : 978-93-95285-82-7

Pages - 72

Rs - 160

Publisher • Sales Rights

Discovery Publications
No. 9, Plot,1080A, Rohini Flats,
Munusamy Salai,
K.K.Nagar West, Chennai - 78.
Tamilnadu, India.
Mobile: +91 99404 46650

Discovery Book Palace (P) Ltd
No. 1055-B, Munusamy Salai,
K.K.Nagar West,
Chennai-600 078.
Ph: (044) 4855 7525
Mobile: +91 87545 07070

discoverybookpalace@gmail.com / www.discoverybookpalace.com

இந்த நூலில் பிரசுரமாகியுள்ள எந்த ஒரு பகுதியையும் எழுத்துபூர்வமான முன்அனுமதி பெறாமல் எடுத்தாள்வதோ, மறுபிரசுரம் செய்வதோ, மொழியாக்கம் செய்வதோ, ஊடகங்களில் மறுபதிப்புச் செய்வதோ, காப்புரிமைச் சட்டப்படி தடை செய்யப்பட்டுள்ளது. இந்த நூலிலிருந்து சில பகுதிகளை மேற்கோள்காட்டி நூல்அறிமுகம் செய்யலாம்.

உங்கள் மொபைல் போனிலிருந்து ஸ்கேன் செய்து 'டிஸ்கவரி புக் பேலஸ்' மொபைல் ஆப்பை டவுன்லோடு செய்து, புத்தகங்களை வாங்குங்கள்.

Scan and download

பார்வை
மங்கலாய்த் தெரியுதேப்பா
என்றார்.

அறுவைசிகிச்சைக்குப் பிறகு
இவ்வளவு வெளிச்சமானதா
இவ்வுலகம் என்றார்.

இப்போது
மங்கலாய்த் தெரிகிறதெனக்கு
அம்மா இல்லா
இவ்வுலகு.

அம்மாவுக்கு...

நன்றி

மு.வேடியப்பன்
புதுகை அப்துல்லா
அஞ்சலிதேவி தங்கம்மூர்த்தி
நிவேதிதா மூர்த்தி
காவியா மூர்த்தி
ராசி.பன்னீர்செல்வன்
சுரேஷ்மான்யா
சச்சின்
சு.பீர்முகமது
காசாவயல் கண்ணன்

உயிர் எழுத்து
கவிதை உறவு
மகாகவி
இனிய நந்தவனம்
ஓம்சக்தி
முத்துக்கமலம்

நிலவுகள் பூக்கும் பூமி

மெல்ல இருட்டும்
இவ்வேளையில்
உன் நினைவுகள்
ஒரு
நிலவைப்போல்
மேலெழுந்து
குளிர்ந்து ஒளிர்கின்றன.

நிலவின் ஒளி
மெல்லடி வைத்துப்
படர்கையில்

இருள்
நழுவி விலகி
நிலவுக்குப்
பாதையமைக்கிறது.

குளிர்ந்த ஒளி
மழையெனப் பொழிந்து
என்னை
முழுவதும்
நனைத்திருந்தது.

அப்போது
பூமியெங்கும்
பூத்திருந்தன
நிலவுகள்.
○

கவிதைக்கு மிக அருகில் சில சொற்கள்

மிக அருகிருந்தும்
அகப்படாமல்
சட்டெனப் பறந்துவிடுகின்றன
சில சொற்கள்.

ஒரு கட்டுக்குள் நில்லாமல்
தறிகெட்டோடுகின்றன
சில சொற்கள்.

பலமுறை விரும்பி
பணிந்தழைத்தும்
வர மறுக்கின்றன
சில சொற்கள்.

தள்ளி நின்றபடி
வேடிக்கை பார்க்கின்றன
சில சொற்கள்.

இடம் விட்டகலாமல்
ஆக்கிரமிக்கின்றன
சில சொற்கள்.

அடிக்கடி முகம்காட்டி
நினைவூட்டுகின்றன
சில சொற்கள்.

அச்சத்தில் காத்திருக்கின்றன
சில சொற்கள்.

சுடரேற்றும் தருணத்திற்காகத்
தவமிருக்கின்றன
எல்லாச் சொற்களும்.
◯

மெய் உணர்தல்

எல்லாம்
அடைந்துவிட்டதைப் போலிருக்கிறது.
எல்லாம்
இழந்துவிட்டதைப் போலவும் இருக்கிறது.

எல்லாம்
வந்துவிட்டதைப் போலிருக்கிறது.
எல்லாம்
சென்றுவிட்டதைப் போலவும் இருக்கிறது.

எல்லாம்
வென்றுவிட்டதைப் போலிருக்கிறது.
எல்லாம்
வீணடித்ததைப் போலவும் இருக்கிறது.

எல்லாம்
அருகிருப்பதைப் போலிருக்கிறது.
எல்லாம்
விலகிவிட்டதைப் போலவும் இருக்கிறது.

எல்லாம்
எழுதிவிட்டதைப் போலிருக்கிறது.
எல்லாம்
அழிந்துவிட்டதைப் போலவும் இருக்கிறது.

எல்லாம்
வழிவிட்டதைப் போலிருக்கிறது.
எல்லாம்
வழிமறித்ததைப் போலவும் இருக்கிறது.
எல்லாம்
நிரம்பிவழிவதைப் போலிருக்கிறது.
எல்லாம்
தீர்ந்துவிட்டதைப் போலவும் இருக்கிறது.

நன்றாய்
வாழ்ந்ததைப் போலிருக்கிறது.
என்றோ
செத்ததைப் போலவும் இருக்கிறது.
○

கானகமும் கடவுளும்

என்
கானகத்தின்
கடவுளென
வழிபடுகிறேன்
உன்னை.

எனக்கான வரங்கள்
உன்னிடமே
இருக்கின்றன.

அதனால்
அனுதினமும்
ஆராதிக்கிறேன்.

சபிக்காத
கரங்கள்,
வதைக்காத
பாதங்கள்
உன்னுடையவை.

இரண்டையும்
பற்றிக்கொண்டே
நடக்கின்றேன்.

ஒருவேளை
சாத்தான்களை
சந்திக்க நேர்ந்தால்
உன்
புன்னகையைக் கொண்டே
விரட்டுகிறேன்.
இருள் சூழ்ந்திடின்
எனக்கான விளக்கை

நீயே
ஏற்றுகிறாய்.

பசியெனச் சொன்னால்
எனக்கென
நீயே
படையலிடுகிறாய்.

ஆபரணங்களை,
ஆயுதங்களை
எனக்கு நீதான்
அணிவிக்கிறாய்.

கானகமும்
மெல்ல மெல்ல
கடவுளாகி
மலர்வதை
உணர்கிறேன்
உன்னால்.
○

புலரும் கலை

எனக்கே எனக்கென்றிருந்த
ஒரே ஒரு நட்சத்திரமும்
நேற்றிரவு திருடு போய்விட்டது.

நெடுவானில் தவித்தபடி
அலையும் என்னைக்
கவ்விக்கொள்கிறது இருள்.

இருளோடு பயணித்து
ஒளிதேடிக் களைத்து
இருளுக்குள் இருளாகிறேன்.

புலரும் கலை புரியாமல்!
○

திருவிழாக்களும் குழந்தைகளும்

திருவிழாக்களை
வரவேற்று
அழைத்து வருகிறார்கள்
குழந்தைகள்.

குழந்தைகளைக் கண்டதும்
குதூகலத்துடன்
துள்ளுகின்றன
திருவிழாக்கள்.

நீண்ட நாட்களுக்குப் பின்
வருவதால்
என்ன கொண்டு வந்திருக்கும்
என்ற ஏக்கத்தோடு
திருவிழாவின் கரங்களைப்
பார்க்கின்றனர்
குழந்தைகள்.

கரங்களை அகலவிரித்து
விடுமுறையைக்
கொண்டுவந்திருப்பதாகத்
தெரிவிக்கின்றன
திருவிழாக்கள்.

விலை மதிப்பில்லாப்
பரிசென்பதால்
திருவிழாக்களை
மாறி மாறி முத்தமிட்டு
மகிழ்கிறார்கள்
குழந்தைகள்.

கூடுதல் உற்சாகத்துடன்
திருவிழாக்களைக்
குளிக்க வைத்துப்
புதுப்புது வர்ணமடித்துப்
புத்தாடை உடுத்தி
அழகு பார்க்கிறார்கள்.

விதவித ஆபரணங்களால்
திருவிழாக்களை
அலங்கரிக்கிறார்கள்.

உணவு வகைகள்
பலப்பல இருந்தும்
உண்ணுவதை மறக்கிறார்கள்.

திருவிழாக்களுடன்
ஆசை தீர விளையாடி
ஆட்டம் போடுகிறார்கள்.

அக்கம் பக்கத்து
நண்பர்களிடம்
அழைத்துப்போய்
அறிமுகப்படுத்துகிறார்கள்.

விருந்தினரைப்
போலன்றி
நிரந்தரமாய்த் தங்கிட
திருவிழாக்களிடம்
கோரிக்கை வைக்கிறார்கள்
குழந்தைகள்.

பரிசீலிப்பதாய்ச் சொல்லிப்
புறப்படுகின்றன
திருவிழாக்கள்.

விடை பெறுகையில்
விட்டுப் பிரிய மனமின்றி
திருவிழாக்களைக்
கட்டிப் பிடித்துக்
கண்ணீர் விடுகிறார்கள்
குழந்தைகள்.

அடுத்தொரு நாள்
வருவதாய்
ஆறுதல் சொல்லிக்
கிளம்பிச் சென்ற
திருவிழாக்களை நினைத்தபடியே
உறங்கிப் போய்விடுகிறார்கள்
குழந்தைகள்.

அதன்பின்
நிரந்தரமாய்த் தங்கிவிட்டன
திருவிழாக்கள் -
குழந்தைகளின் கனவுகளில்.
O

நிறங்கள்

நேற்றென் கனவுகள்
கறுப்பு வெள்ளையில்
இருந்தன.

வானத்தில்
நீலமில்லை.

மரங்களில்
பச்சையில்லை.

கடல் வெள்ளையாய்
பால் கறுப்பாய்
இருந்தன.

ரத்தத்தில்
அதன் நிறமில்லை.

வானவில்லில்
ஏழு கோடுகள் மட்டுமே
இருந்தன.

கனவுகளிலும்
களவாடப்பட்டிருந்தன
வண்ணங்கள்.

நிறமற்றிருக்கிறது
வாழ்க்கை
◯.

ஏனென்று தெரியவில்லை

என்
பாலைவனத்தில்
ஒட்டகங்கள்
திரிவதில்லை.

என்
முட்புதருக்குள்
செருப்புகள்
அனுமதியில்லை.

என்
இரவுகளில்
வெளிச்சப்பூ
மலர்வதில்லை.

என்
பொழுதுகளில்
தேவதைகள்
விழிப்பதில்லை.

என் கனவுகளில்
நானென்றும் உலவவில்லை
அது
ஏனென்று தெரியவில்லை.
○

நாய்கள்

நாய்களைப் பற்றிய
கவிதைகள் பெரும்பாலும்
நாய்களைப் பற்றியதாய்
இருப்பதில்லை.

ஆனாலிது
அசலாய்
நாய்களைப் பற்றிய
கவிதைதான்.

எங்கள் தெருவில்
வேலைவெட்டியின்றித்
திரிகின்றன
பல நாய்கள்.

என் கார் கடந்தால்
குரைக்கின்றன.

என் ஆடை கண்டு
முறைக்கின்றன.

எனை நாடிவருவோர்க்கு
இடையூறு செய்கின்றன.

என் எலும்புத் துண்டுகளை
கடித்து
என்னையே கடிக்க
முனைகின்றன.
அவ்வழி செல்லும்
பெட்டை நாய்களை
காம எச்சிலோடு
பின் தொடர்கின்றன.

நாய்களோடு வாழவும்
பழகிக்கொள்ள வேண்டியிருக்கிறது.

நாய்களைப் பற்றிய
கவிதைகள் பெரும்பாலும்
நாய்களைப் பற்றியதாய்
இருப்பதில்லை.
○

விபத்துக்குள்ளான கனவுகள்

கேட்பாரற்றுக் கிடக்கின்றன
என் கனவுகள்.

அடிபட்டும்,
மிதிபட்டும்
துயரச் சாக்கடையில் மூழ்கி
மேலெழ இயலாமல்
மூச்சடங்கிக் கிடக்கின்றன.

பல இரவுகளை
தின்று செரிக்கின்றன
கனவுகள்.

கற்பனை முலாம்பூசி
உலா வந்த
பல கனவுகள்
கண்ணீரில் நனைந்து
சாயம்
வெளுத்துக்கிடக்கின்றன.

உண்மையின்
சிறகு முளைப்பதற்குள்
பொய் நெருப்பில்
பொசுங்கி விடுகின்றன.

வெளிச்சக் கால்களால்
விரைந்தோடுகையில்
இருள்கேணிக்குள்
இடறி விழுகின்றன.

கவனம் சிதறிய
பயண விபத்தில்
பலத்த காயங்களுடன்
கேட்பாரற்றுக் கிடக்கின்றன
என் கனவுகள்.
○

தங்கம் மூர்த்தி

தேவதைகளால் தேடப்படுபவன்

என்னைச்
சந்திக்க வந்த
தேவதையை
யாரோ கடத்திவிட்டார்கள்.

முன்பொருமுறை
என் முகவரி
தொலைந்து போய்
என்னைச் சந்திக்காமலே
சென்றுவிட்ட
அதே தேவதை.

என்னிருப்பைக் கண்டறிந்து
என் வசம் வந்துசேர்வதற்குச்
சற்று முன்னர்தான்
யாரோ கடத்தியிருக்கிறார்கள்.

நலம் அறிந்திடவோ
நற்செய்திகள் கொணர்ந்தோ
தேவசபையின் பிரதிநிதியாகவோ

என் கவியறிந்து கைகுலுக்கவோ
காவல் நிற்கவோ

இழப்புகளை மீட்கவோ
மனதறிந்து தேற்றவோ
ஒரு மரியாதை நிமித்தமோ

இதுவன்றியும்
வேறெதெற்காகவோ இருக்கலாம்
தேவதையின் வருகை.
கடத்தியவர்களின்
நோக்கம்
என்னைச் சிதைப்பதன்றி
தேவதையைக்
கடத்துவதல்ல.

என் எதிரிகளோ,
ஏதோவொரு சந்தர்ப்பத்தில்
எதிரிகளாக உருவாகியவர்களோ,
பின்தொடரும் துரோகிகளோ
ஈடுபட்டிருக்கலாம்
இக் கடத்தலில்.

பழைய புதிய
எதிரிகளின் வியூகங்கள்,
துரோகிகளின் சதிவலைகள்,
இன்னபிற உத்திகள்
என
எம்முறையிலும்
வேறெவ்வகையிலும்
எதுவொன்றும்
செய்ய முடியாது என்னை.

காரணம் நான்
தேவதைகளால் தேடப்படுபவன்.
○

திறப்புவிழா

மௌனங்களால்
நீ எழுப்பிய
சுவரைத்
தகர்த்துவிட்டேன்.

வார்த்தைகளால்
ஒரு பாலம்
கட்டியுள்ளேன்.

உன் புன்னகையால்
அதைத்
திறந்துவை.
○

உயர்திணை

இரையிடும்
ஒவ்வொரு வேளையும்
வாய் திறந்தழைத்து
வரவேற்றுத் துள்ளுகின்றன
கண்ணாடி நீரின்
வண்ண மீன்கள்.

நீரூற்றும்
ஒவ்வொரு நாளும்
மெல்லத்தலை சாய்த்து
மேனியுரசி
தளிர்களாய்ச் சிரிக்கின்றன
தோட்டமெனத் தோன்றும்
தொட்டிச் செடிகள்.

வாசல் வரும்
ஒவ்வொரு நேரமும்
உடலுதறி எழுந்து
வாலாட்டி நின்று
வாஞ்சையாய்ச் சிணுங்குகின்றன
ஓரமிருந்து காவலிருக்கும்
செல்லப் பிராணிகள்.

வாகனப் பயணத்தின்
ஒவ்வொரு முறையும்
நேச ஒலியெழுப்பி
சிறகசைத்து
வழியனுப்புகின்றன
வழக்கமாய் கிளைகளில்
வந்தமரும் பறவைகள்.

நேரெதிரில் கண்டு
கைகுலுக்கி வாழ்த்தும்
வாய்ப்பிருந்தும்
விரைந்து கடப்பதைப்போல்
விலகி நடக்கிறான்
அன்பிற் சிறந்த
ஆறறிவு நண்பன்.
O

இருவேறு சிரிப்புகள்

வந்தார்கள்
அமர்ந்தார்கள்
தேநீர் அருந்தினார்கள்.

இல்லாததையெல்லாம்
சேர்த்தும்
கோர்த்தும்
அவனை ஏராளம் புகழ்ந்து
புல்லரிக்க வைத்தார்கள்.

ஒவ்வொரு புகழ்ச்சியிலும்
அவன் சிரிப்பை
நிறுத்துப் பார்த்தார்கள்.

எடை குறைந்திருந்தால்
புதுப்புது உத்திகளைக்
கையாண்டு
புகழுரைகளில்
புதுமை படைத்தார்கள்.

அவர்கள் புகழ்ச்சியின்
நீள அகல ஆழம் அளந்து
அவனும் அவர்களுக்குச்
செய்யவேண்டியன செய்து
மகிழ்வித்தான்.

விடைபெறும் முன்
இன்னொரு முறை
உச்சத்திற்குப்
புகழ்ந்து வைத்தார்கள்.
அவனைக் கடந்தவுடன்
அவர்கள்
ஒருவரை ஒருவர் பார்த்து
அவர்களுக்குள்
சிரித்துக்கொண்டார்கள்.

அவர்களை நினைத்து
அவனும்
சிரித்துக்கொண்டான்.
O

உருவமற்ற பறவை

உருவமற்ற
பறவைபோல்
நீ பின்தொடர்வதை
உணர்கிறேன்.

என் இமைகள்
படபடக்கின்றன.

மனமோ
வானமென
அகன்று விரிகின்றது.

மெல்லிறகுகள்
ஒன்றையொன்று
உரசும் ஓசைகளை
என் செவிகள் அறிகின்றன.

நீ ஓய்வெடுக்கும் பொருட்டு
புத்தம் புதிய கிளைகள்
துளிர்விடுகின்றன.

புலன்கள் அத்தனையும்
ஒன்றையொன்று நோக்கி
புன்னகைத்து
வரவேற்புக் கம்பளம் விரிக்கின்றன.

என்னுள்
மெல்ல நுழைகிறாய்
உருவமற்ற பறவையாய்.
○

ஞானம்

அகற்ற அகற்ற
குவிகின்றன
குப்பைகள்.

வெட்ட வெட்ட
மண்டுகின்றன
களைகள்.

கழுவக் கழுவ
படிகின்றன
அழுக்குகள்.

துடைக்கத் துடைக்க
படர்கின்றன
ஒட்டடைகள்.

வடிக்க வடிக்க
நிலைக்கின்றன
கசடுகள்.

ஆயினும்
சற்றுமுன்தான் அறிவித்தனர்
ஞானிகள் பட்டியலில்
என்னையும்.
○

பண்பெனப்படுவது...

புன்னகைக்கும்
மழலைகள் கண்டு
முறைக்கின்ற மனிதர்கள்.

'தொடர்' பார்த்துக்கொண்டே
ஊட்டிவிடும் அம்மாக்கள்.

சேட்டைகளைக் கண்டித்து
செய்தித்தாளில் மூழ்கும்
அப்பாக்கள்.

தலையில் குட்டிக் கற்பிக்கும்
ஆசிரியர்கள்.

'ரைம்ஸ்' சொல்லக் கேட்டு
குற்றம் கண்டுபிடிக்கும்
உறவினர்கள்.

விளையாடவரும் குழந்தைகளிடம்
வீட்டுச் சண்டையை
விசாரிக்கும்
அக்கம்பக்கத்தார்.

பண்பறியா
மனங்களுடன்
பகட்டாய்ச் சிரிக்கிறது
இவ்வுலகு.
○

தன்தூக்கிகள்

உங்கள்
பணத்தில் வாங்கிய
கிரீடத்தை
நீங்களே
அணிந்துகொள்கிறீர்கள்.

உங்கள்
புகழ் ஒலிக்கும்
புல்லாங்குழலை
நீங்களே
இசைக்கிறீர்கள்.

உங்கள்
பெருமை பேசும்
பதாதைகளை
நீங்களே
வடிவமைக்கிறீர்கள்

உங்கள்
வெற்றிகளின்
சரித்திரத்தை
நீங்களே
படைக்கிறீர்கள்.

நமக்கினி
வேலையில்லையென
நகைக்கிறது
காலம்.
O

நமக்கருகே மிதக்கும் வானம்

நிலவின் ஒளி
குறைந்திருந்த
அவ்விரவில்

உன்
நினைவுகளின்
வெளிச்சத்தில்
நீராடிக்கொண்டிருந்தேன்.

நீயோ
சின்னச் சின்ன
கப்பல்கள் செய்து

அதில்
ஒவ்வொரு
நட்சத்திரமாய்
அனுப்பிக்கொண்டிருந்தாய்.

ஒரு நேரத்தில்
நட்சத்திரங்கள்
தீர்ந்துவிடவே...

அடுத்து வந்த
கப்பலில்
நிலாவையே
அனுப்பி வைத்தாய்.

அடுத்தென்ன
அனுப்பப் போகிறாய்
என்ற ஆவலில்
நானிருக்கையில்
நீயே
வந்து சேர்ந்தாய்.

அப்போது
வானம்
நமக்கருகே
மிதந்துகொண்டிருந்தது.
○

தோற்றப்பிழை

உன் பார்வையில்
தெறிக்கின்றன
விஷத்துளிகள்.

உன் புன்னகையில்
நெளிந்தோடுகின்றன
பாம்புகள்.

உன் கைகுலுக்கல் வெப்பத்தில்
கருகிப் போகின்றன
உள்ளங்கை நேசம்.

சருகுகளாய்
உதிர்கின்றன
வார்த்தைகள்.

பாவச்சுவடுகளை
பதிக்கின்றன
உன் பாதங்கள்.

கடவுளெனத் திரியும்
உன்னில்
எனக்குமட்டும்
தெரிகின்றன
சாத்தானின் சாயல்கள்.
○

ஓசைகளும் சத்தங்களும்...

கத்தும் குயிலோசை
கேட்டு நாளாச்சு

இப்போது
அழைப்பு மணியில்
குயில்ச் சத்தம்.

இலைகளாடும் காற்றினோசை
கேட்டு நாளாச்சு

இப்போது
மின்சார விசிறி சுழலும்
வெப்பச் சத்தம்.

நடந்தோடும் நதியோசை
கேட்டு நாளாச்சு...

இப்போது
குழாய்கள் திருக
தண்ணீர்ச்சத்தம்.

சோறு வடித்த நீரோசை
கேட்டு நாளாச்சு...

இப்போது
குக்கர் கூக்குரலின்
விசில்ச் சத்தம்.

பழைய பாடலின்
தூரத்துக் குரலோசை
கேட்டு நாளாச்சு...
இப்போது
காதருகே ஓலமிடும்
கொசுச்சத்தம்.

மழலைகள் சிரிக்கும்
உயிரோசை
கேட்டு நாளாச்சு...

எங்கெங்கு கேட்பினும்
மௌனங்களை மிதிக்கும்
மரணச்சத்தம்.
◯

சிபாரிசு

மகள் சம்பாத்தியத்தில்
தள்ளாடிக்கொண்டிருக்கும்
அப்பன்களுக்கு

மனைவி சம்பாத்தியத்தில்
வீதியில் அலையும்
வெட்டி பந்தா புருசன்களுக்கு

எண்பது வயதுத் தந்தை
உழைத்து வாங்கிய
பைக்கில்
ஊர் சுற்றும்
தறுதலை மகன்களுக்கு

வழங்கலாம்
இவ்வாண்டின்
உழைப்பாளர் தின
விருதுகள்.
○

பயண பயம்

எல்லாச் சாலையிலும்
இரண்டொரு வாகனங்கள்
இயல்பை மீறித்
தள்ளாடுகின்றன.

எல்லாச் சாலையிலும்
இரண்டொரு வாகனங்கள்
செல்போன் பேசியபடி
முந்துகின்றன.

எல்லாச் சாலையிலும்
இரண்டொரு வாகனங்கள்
பின்னிரவுப் பயணத்தில்
உறங்குகின்றன.

இரண்டொரு உயிர்கள்
அதிவேக ஆம்புலன்ஸில்
விரைகின்றன
எல்லாச் சாலையிலும்.
○

சிரிக்கும் கோப்பைகள்

குறைந்த ஒளியின்கீழ்
ச்சியர்ஸ்
சொல்லிக்கொள்கின்றன
கோப்பைகள்.

திரவத்துளி பட்டதும்
மெல்ல நழுவி
வெளியேறுகின்றன
பொய்கள்.

உண்மைகளோ
தள்ளாடியபடி
தவிக்கின்றன.

நிரம்பிய திரவத்தை
கொஞ்சம் கொஞ்சமாய்
காலி செய்பவர்களின்
உரையாடல்களைக்
கேட்டுக்கொண்டிருக்கின்றன
கோப்பைகள்.

ஓட்டளித்தது
யாருக்கென்பதைச்
சொன்னார் ஒருவர்.

பழைய காதலிகளின்
பட்டியல் அடுக்கினார்
ஒருவர்.

தன் கோப்பையைச்
சிலாகித்துப் பேசினார்
ஒருவர்.

செல்போனில் பேசிய மனைவியிடம்
முக்கியமான கூட்டத்திலிருப்பதாய்க்
கூறினார் ஒருவர்.

புத்தாண்டு சபதங்களை
விளக்கினார் ஒருவர்.

ஒபாமாவை
மோசமான வார்த்தைகளில்
திட்டினார் ஒருவர்.

பெண்களும் குடிக்கிறார்கள்
இந்தியா வல்லரசாகிவிட்டதென்றார்
ஒருவர்.

பத்தாவது முறையாகக்
காலி செய்த கோப்பையைக்
கவிழ்த்தபடி
இன்றைக்குப் போதும்
என்றார் ஒருவர்.

கவிழ்ந்த கோப்பையை
நிமிர்த்தி
அதன்மேல் சத்தியம் செய்து
இனி குடிக்கவே மாட்டேன்
என்றார் ஒருவர்.

'ஒருவர்' கள் ஒவ்வொருவராய்
புறப்படுகிறார்கள்.

நிதானமாக
ச்சியர்ஸ் சொல்லிக்கொண்டு
சிரித்துக்கொள்கின்றன
கோப்பைகள்.

பணம் காய்க்கும் மரங்கள்

காடு
மிருகங்களின் வீடு
காடு
மரங்களின் வீடு
காடு
பறவைகளின் வீடு

மிருகங்கள்
மரங்கள்
பறவைகள்
கூட்டுக் குடித்தனம் நடத்தின.

ஒரு விருந்தினரைப்போல
உள்ளே நுழைந்தான்
மனிதன்.

கூட்டுக் குடும்பம்
சிதறின.

மரங்களைக் கண்டதும்
கூடுகளைக் கண்டுபிடித்தன
பறவைகள்.

கோடறியைக் கண்டுபிடித்தான்
மனிதன்.

நிழல் தந்தன
மரங்கள்
அங்கே மலம் கழித்தான்
மனிதன்.

மரங்களை அழித்தான்
அவ்விடத்தில்
அடுக்குமாடிக் குடியிருப்புகளைக்
கட்டினான்.
வாசல்களில்
தொட்டிச்செடிகளை வளர்த்தான்
அவற்றைக் குழந்தைகள்
தொட்டுவிடாமல் காத்தான்.

ஆறுவழிச் சாலையின்
அகன்ற வாய்
சாலையோர மரங்களை
தின்று செரித்தது.

இருக்குமிடத்தில்
இடையூறு எனில்
மரங்களை
வேரோடு பெயர்த்து
வேறு இடங்களில்
பட்டுவிடாமல்
நட்டு வைக்கிறார்கள்
அயல்நாட்டில்.

நாம்
நதிகளைப் பெயர்த்து
கடலில் கரைக்கிறோம்.

மணல் இல்லை
நீர் இல்லை
ஆறே இல்லை
இந்த லட்சணத்தில்
மனிதனுக்கு
'ஆறு' அறிவு இருப்பதாய்
உரைத்தவர் எவரோ.

பழம் காய்க்கும் மரங்களைப்
புறந்தள்ளி
பணம் காய்க்கும் மரங்களை
ஆரத் தழுவுகிறான்
மனிதன்.
○

நான்

நான்
இரவுகளில்
அழுததுதான்
அதிகம்.

என் இன்பமெலாம்
அரைநொடியில்
முடியும்.

என் கனவுகளில்
பிசாசுகளே
திரியும்.

நான்
கண்விழித்தால்
நரகவாசல்
தெரியும்.

நான்
புன்னகைத்தால்
பொய்ச்சாயம்
வழியும்.

என் பூங்காவில்
பாம்புகளே
நெளியும்.

என்
அருகில் வரும்
கழுதைகளும்
முட்டும்.

என் அருவிகளோ
வெந்நீரைக்
கொட்டும்.

நான்
சாத்தான்கள்
விளையாடும்
மைதானம்.

என் சாதனையின்
கதை முழுதும்
அவமானம்.

நான்
சத்தமிடும்
சருகுகளின்
அடையாளம்.

என் சங்கீதம்
முட்புதரில்
நடமாடும்.

நான் வேதனையின்
உளி வடித்த
சிற்பம்.

நான்
வெறுந்தரையில்
கிடக்கின்ற
தெப்பம்.

நான்
நூலிருந்தும்
திசையறியாப்
பட்டம்.

வெறும்
நுரைகளினால்
அலங்கரித்த
சட்டம்.

நான்
காலமெனும்
பெருங்கடலில்
ஓரிறகு.

சுழற்
காற்றடித்துத்
தவித்தாலும்
தனியழகு.

சுடும்
பாலைவன
நெடுமணலில்
நான் வசிப்பேன்.

கவி
படைப்பதனால்
வாழ்க்கையினை
நான் ஜெயிப்பேன்.
○

ஒரு மாறுவேடப்போட்டியின் மறுபக்கம்.

மயில்
மாலை
வேல்
கிரீடமென
செலவு பல நூறாயினும்
ஆறுதல் பரிசும் கிடைத்திரா
அவமானத்தால்
கடவுளையே கன்னத்தில் அறைந்தாள்
ஒரு தாய்.

வீட்டில் நடந்த ஒத்திகையின்
ஒவ்வொரு முறையும்
ஆவேசமாய்ப் பேசி அசத்தியவன்
எல்லோரும் பார்க்க
ஒலிபெருக்கி முன்
உளறியதற்காக
விம்மி விம்மி அழுதுகொண்டிருந்தாள்
வீரபாண்டிய கட்டபொம்மனின்
தாய்.

மகாகவி பாரதிக்கு
இம்முறையும்
இரண்டாம் பரிசுதான்.

இலை, தழை, கிளைகளைச்
சுற்றிக்கட்டி
"நான் மரம் பேசுகிறேன்
என்னை வெட்டாதீர்கள்
பாவமில்லையா..."
எனக்கேட்டு
பரிசுபெற்ற குழந்தைக்காக
எங்கோ வெட்டப்பட்டிருந்தது

ஒரு மரம்.
கர்ணனாய்த் தோன்றி
கவனத்தை ஈர்த்தவனுக்கு
மதிப்பெண்களில்
கஞ்சத்தனம் காட்டினார்கள்
நடுவர்கள்.

ஆசைகளைத் துறக்கச் சொன்ன
புத்த பெருமானின் தாய்
தன் பிள்ளையே
முதல் பரிசு பெறவேண்டுமெனப்
பேராசைப்பட்டாள்.

ஆடம்பர அணிகலன்களோடு
அவதரித்த
எல்லாக் கடவுளின் கையிலும்
ஒரு செல்போன்.

அதிரடியாய்
உரையாற்றிக்கொண்டிருக்கும்போதே
அவிழ்ந்து விட்டது
அந்த அரசியல்வாதியின்
வேட்டி.

ஏழைகளுக்கு
உதவுவதாகச் சொன்ன
குழந்தை மருத்துவரைப் பார்த்து
ஏளனமாய்ச் சிரித்தது கூட்டம்.

அனைவரும் கடந்த பின்
அந்த அரங்கெங்கிலும்
சிதறிக் கிடந்தன
குழந்தைகளின்
மகிழ்ச்சிகளும் ஏமாற்றங்களும்.
◯

நடைப்பயிற்சியும் சில நண்பர்களும்

நடைப்பயிற்சி செல்வோரில்
பலரும்
நடைப்பயிற்சி செய்வதில்லை.

உடல் இளைக்க
உயிர் இருக்க
தொப்பை குறைக்க
கொழுப்பைக் கரைக்க

நல்ல காற்று சுவாசிக்க
நாள் முழுதும் பிரகாசிக்க
மருந்தின்றி வாழ
மகிமைகள் சூழ

நாளும் காலை மாலை
நடைப்பயிற்சி செய்கின்றனர்

ஆனாலும்
நடைப்பயிற்சி செல்வோரில்
பலரும்
நடைப்பயிற்சி செய்வதில்லை.

அலைபேசியில் பேசியே
அத்தனை சுற்றும்
முடிப்போருண்டு.

ஆலோசனை சொல்லியே
கொஞ்சம்
அறுப்போருண்டு.

மருத்துவருக்கு பயந்தும்
மனைவிக்கு பயந்தும்
வருவோருண்டு.
அடுத்தவரை ஏசியும்
அரசியல் பேசியும்
அலைவோருண்டு.

பாதியில் நிறுத்தி
பழங்கதை உரைத்து
கெடுப்போருண்டு.

பிறன் மனை ரசித்து
புறங்கூறித் திரிந்து
நல்லவனாய்ப் பேசி
நடிப்போருண்டு.

பிரதமர் தொடங்கி
கவுன்சிலர் வரைக்கும்
விமர்சனம் செய்தே
விரைவோருண்டு.

பாடல்கள் ஒலிக்க
இசையுடன் நடந்து
லயிப்போருண்டு.

தானுண்டு
தன் நடையுண்டு என்று
கடைமையே கண்ணாய்
இருப்போருண்டு.

நடக்கும் இடத்தை
நாளெல்லாம் பேணி
மரம் வளர்த்து
மகிழ்வோருண்டு.

என்போல்
எப்போதாவது
நடப்போருண்டு.

ஆக
நடைப்பயிற்சி செல்வோரில்
பலரும்
நடைப்பயிற்சி செய்வதில்லை.
நான் உட்பட.
○

பி.யு.சின்னப்பா

மற்ற நட்சத்திரங்கள்
மங்கிவிடும்
அல்லது
உதிர்ந்துவிடும்.

திரையுலகில்
இன்னும்
மின்னும்
உச்ச நட்சத்திரம் -
பி.யு.சின்னப்பா,

புதுக்கோட்டையிலிருந்து
புறப்பட்டு
திரையுலகில்
காண்போர் வியக்கும்
கலைக்கோட்டை கட்டியவர்.

கட்டுமஸ்தான உடலழகும்
கணீரென்றக் குரலழகும்
காந்தம் தோற்கும் விழியழகும்
கழுத்தில் புரளும் முடியழகும்

வெறெவரையும் விஞ்சிநிற்கும்
ஒரே நாயகன்.

இன்றும்கூட
இவர்
தேவதைகளின்
கனவில் உலவும் கதாநாயகன்.

முதல் இரட்டை வேடம்.
ஒலிபெருக்கி தேவையில்லா
இசைக்கூடம்.
சிந்தை கவர்ந்த ஆணழகன்.
இவர்
செல்வம் குவித்தப் பேரழகன்.

நாடகத்தின்
உயரம் தொட்டார்
நாற்பதிற்குள்
உயிரை விட்டார்.

புகழுச்சியில் நின்றார்
ஊதியமாய்
பல லட்சம் வென்றார்.

சூரியனைப்போல்
ஜொலித்தார்
சொத்துக்கள்
பல குவித்தார்.

கலைத்தாயின்
சாதனைப் பிள்ளையாய்
ஆகிப்போனார்.

பின்
சோதனைச் சுழலில்
மூழ்கிப்போனார்.

கடைசியில்
ஒரு சொத்துமின்றி
காலத்தின் சொத்தாய்
மாறிப்போனார்.
○

கடல் - சில கவிதைகள்

கையில்
தேநீர்க்கோப்பை.
அருந்திக்கொண்டிருந்ததென்னவோ
கடல்.
○

கடல் நீரை
அள்ளிப்பருகினேன்.
கலந்திருக்கலாம்
என் சொந்தங்களின்
உயிர்த்துளிகள்.
○

சுட்டுவீழ்த்தப்படுமோ
எல்லைதாண்டும்
என் விழிகள்.
○

கரையருகே கடைபரப்பி
மீன் விற்கும்
அந்த மூதாட்டி
ஒரு முறைகூட
நிமிர்ந்து பார்க்கவில்லை
நீலப்பெருங்கடலை.
○

அலைகளுக்கும் மலைகளுக்குமிடையே
ஒரு மோனை விளையாட்டு
நடக்கிறது எப்போதும்.
மலைகள் கரைவதுமில்லை
அலைகள் விடுவதுமில்லை.
◯

அவளருகிலிருந்த
அவன்
அவள் விழிகளிலும் இதழ்களிலும்
மூழ்கியெடுக்கிறான் முத்துக்களை.
◯

நீலவானம் - கை
நீட்டும் தூரத்தில் அலைகள்.
ஆழக்கடல்
அழகழகாய் மேகங்கள்.
கோலமயில் இல்லையென்பதன்றி
குறையொன்றுமில்லை
உயிரைக் கொண்டாட.
O

அந்த
மரண ஊர்வலத்தின்
முன் பகுதியில்
பறையடித்துச் சென்றவர்களில்
ஒருவன் என்னிடம் தந்தான்
அக்குழுவின் விசிட்டிங் கார்டை.

பரிந்துரைக்கச் சொல்கிறானா...
பயன்படுத்தச் சொல்கிறானா...
O

பற... பற...

அம்மா
ஒரு சிறகையும்
அப்பா
மறு சிறகையும்
இறுகப் பிடித்துக்கொண்டு
குழந்தைக்கு
அறிமுகப்படுத்துகிறார்கள்
வானத்தை.
◯

உடன் உரையாடுவது
தேவதையோ
தெய்வமோ
நானோ
அவளோ.

உறக்கத்தில்
பேசுகிறாள் மகள்.
O

குழந்தைகள்
விரல் நீட்டிக் காட்டும்
வானவில்லுக்கு
ஆயிரம் வண்ணங்கள்.
O

காதல்
இல்லையேல்
சாதல்.

காதல்
இருந்தாலும்
சாதல்.

○

மனுக்களை வாசித்து
கண்ணீரால் நிரம்பித்
ததும்புகின்றன
குப்பைத்தொட்டிகள்.

○

முந்துவதாரோ

காலை நனைக்க
ஓடிச்செல்கிறார்கள்
குழந்தைகள்.

அவர்களின்
பாதம் வருட
ஓடி வருகின்றன
அலைகள்.
〇

உச்சி வெய்யிலில்
வேகத் தடைகளுக்கருகில்
வெள்ளரிப்பிஞ்சும் கொய்யாவும்
விற்றுக்கொண்டிருக்கும்
பெண்களின்
வியர்வைத் துளிகளுக்குள்
விழுந்துகிடக்கிறார்கள்
குடிகாரக் கணவன்கள்.
〇

மதுப்புட்டிகளின்
மூலப் பெயர்களறிந்த
ஆற்றலாளனொருவன்
பிள்ளைகளின்
பிறந்தநாளைக் கேட்டறிகிறான்.
O

பிள்ளைகளைப் பற்றிய
பெற்றோர்களின்
பெற்றோர்களைப் பற்றிய
பிள்ளைகளின்
கனவுகள்
தத்தம் ஏமாற்றங்களோடு.
O

யாருமற்ற அவ்விரவில்
அபார்ட்மென்ட் விளம்பர பிளக்சை
கிழித்துக்கொண்டிருக்கிறான்
ஒழுகும் குடிசையின் கூரைக்கென.
○

குழந்தை
என்பது
இயற்பெயர்.

சூட்டப்படுவது
புனைப்பெயர்.

பெயர்சூட்டப்படாத
குழந்தைகள்
மேலும்
அழகாயிருக்கிறார்கள்.
○

மழலையர் பள்ளியில்
சேர்த்த நாளில்
பரப்பியிருந்த நெல்லில்
விரல் பிடித்து
'அ' எழுதிய குழந்தை கேட்டது
"அம்மா, இது என்னம்மா…"
O

வீறிட்டழும்
குழந்தையின்
வாய் பொத்தி
நகைக்கடையில்
பேரம் பேசுகிறாள்
தாயொருத்தி.
O

தேர்வுகளின்
கடைசிநாள் கொண்டாட்டத்தில்
சட்டைகளில்
இங்க் அடித்துக்கொண்டிருந்தவர்கள்
இப்போது
சந்துகளில்
பீர் அடித்துக்கொண்டிருக்கிறார்கள்.
○

மூங்கிலின்
இறுதி ஊர்வலம்.
புல்லாங்குழலின்
எல்லாக் கண்களிலிருந்தும்
கண்ணீர்.
○

வேலைக்குச் செல்லும்
அம்மாக்களின்
வியர்வையை முகர்ந்ததும்
முகம் மலர்கிறார்கள்
குழந்தைகள்.
O

உதடுகள்
உணவூட்டும் வரை
பட்டினி கிடக்கின்றன
புல்லாங்குழல்கள்.
O

மின்விசிறியில்
கூடுகட்டலாகாது
என்பதை
அறிந்திருக்கவில்லை அப்பறவை.

கூடு கலைத்தல்
பாவமென்பதை
அறிந்தேயிருக்கிறான்
மனிதன்.
O

ஒன்றை இழந்தால்தான்
ஒன்றைப் பெறமுடியும்
என்றுரைத்தவர்
எவரோ...

இழந்திழந்து
காத்திருக்கிறேன்.

பெற்றதில்லை
எதுவொன்றையும்.

இயலுமா
இழந்தவைகளையேனும்
பெறுதற்கு?
O

அர்த்தமிழந்த சொற்கள்
சிலவற்றில்
கரைகிறதென் ஆயுள்.
○

கற்று மறவா களவு

வேலி தாண்டிக் குதித்து
புளியம்பழக் குவியலில் கொஞ்சம்
அள்ளிக் கொண்டோடுகையில்
மூச்சிறைக்கத் துரத்திப் பிடித்த
பாட்டி.
காய்ந்த கொடியென
கயிற்றுக் கட்டிலில் படுத்திருந்தாள்
புளியமரத்தடியில்.

கரம்பற்றி நலம் விசாரித்த என்னை
அருகழைத்து
சன்னமான குரலில் கேட்டாள்
"புளியம்பழம் வேணுமா..."
நட்சத்திர சொற்கள்
குவிந்து கிடக்கின்றன.
நிலவைப் பற்றி
ஒரு கவிதை இல்லை
என்னிடம்.
○

நட்சத்திர சொற்கள்
குவிந்து கிடக்கின்றன.
நிலவைப் பற்றி
ஒரு கவிதை இல்லை
என்னிடம்.
O